இதய ஒலி

கலைஞர் மு. கருணாநிதி

Title: Idhaya Oli

Author: M. Karunanidhi

Language: Tamil

First Published on: 1984

Year of Publication: 2024

Book Format: Paperback

*Page Size: 6inch * 9inch*

Category: Essays

Subject: Political Essays

No. of pages: 36

ISBN: 978-81-996243-1-3

Published by: Nilan Publishers, Madurai, Tamilnadu, India

பொருளடக்கம்

குறிப்புகளுக்காக

இந்நூல்...

இந்தப் புத்தகம் - நான் முரசொலியில் எழுதிய கடிதங்களின் தொகுப்பு

கழக உடன்பிறப்புகளுக்காக மட்டுமல்ல; அ.தி.மு.க உடன்பிறப்புகளுக்கும் பல உண்மைகளை எடுத்து விளக்கும் என நம்புகிறேன்!

இன்றில்லாவிட்டாலும் எதிர்காலத்தில் நான் சொன்னது உண்மை என்பதை நாடு உணர்ந்து கொள்ளும்.

எனக்கும் என் இனிய நண்பர் எம்.ஜி.ஆருக்கும் உள்ள ஆழமான நட்புக்கு இந்தக் கடித நூல்- "இதய ஒலி" ஒரு அடையாளச் சின்னம்!

மு. கருணாநிதி

நானும் பிரார்த்தனை செய்கிறேன் !

என் இனிய நண்பரே!

உங்களுக்காக - உங்கள் உடல் நலிவு நீங்குவதற் காக பிரார்த்தனை செய்து கொள்ளுமாறு ஆளுநர் அவர்கள் வேண்டுகோள் செய்தி விடுத்துள்ளார்!

பல்வேறு தெய்வங்களின்பால் பக்தி கொண்டோர் நீங்கள் நலம் பெற்று எழ பிரார்த்தனை நடத்துகிறார்கள்!

உங்கள் தலைமையை ஏற்றுக் கொண்டுள்ள கட்சித் தோழர்கள்-முன்னணியினர்-ஆலயங்கள் பல சென்று உங்களை மீண்டும் நலமுடன் காண வேண்டுமென பிரார்த்தனை நடத்துகிறார்கள்!

பிள்ளைப்பிராய முதலே அந்த நம்பிக்கையில்லாமல் பெரியார் வழியில் அண்ணா வழியில் வளர்ந்துவிட்டவன் நான்! அதனால் நான் உங்களுக்காக தெய்வங்களிடம் கையேந்தி வரம் கேட்டுப் பயனில்லை என்று கருதுகிறவன்! அது என் கொள்கை!

அப்படியொரு கொள்கையிலே உறுதிப்பாடு கொண்டவன் என்பதற்காக உங்களுக்காக மற்றவர்கள் நடத்தும் பிரார்த்தனையைக் குறை கூறமாட்டேன்!

அவர்களது பிரார்த்தனை நம்பிக்கை பலித்து நீங்கள் பிழைத்தெழுந்து நடமாடுவீர்களேயானால் எனக்கேற் படும் மகிழ்ச்சி-பிரார்த்தனை நடத்துகிறவர்களுக்கு ஏற்படும் மகிழ்ச்சிக்கு எந்த வகையிலும் குறைந்ததாக இருக்காது

என்பதை எனக்கு உணவு பரிமாறிய உங்கள் தாயும், உங்களுக்கு உணவு பரிமாறிய என் தாயும் இப்போது உயிரோடிருந்தால் நிச்சயமாக நெஞ்சாரச் சொல்லி நெகிழ்ந்து போவார்கள்.

அந்தத் தாய்கள் நம்மிருவரையும் நேசித்து அன்பு குழைத்து அரவணைத்தது என்பது; ஏதோ அரசியலுக்காக அவிழ்த்து விடும் கதையோ; கற்பனையோ அல்லவே! மறுக்க முடியாத உண்மைகளாயிற்றே!

மந்திரிகுமாரி படத்தில் நீங்கள்தான் கதாநாயகனாக நடிக்க வேண்டுமென்று நானும், மருதநாட்டு இளவரசி படத்துக்கு நான்தான் கதை வசனம் எழுத வேண்டுமென்று? நீங்களும் வாதாடி வெற்றி பெற்ற அந்தக் காலம்; ஓ! அது, முப்பத்தைந்து ஆண்டுகளுக்கு முந்தைய காலம் என்றாலும் அன்பு எனும் பொன் தகட்டில் செதுக்கப்பட்ட அழியாத எழுத்துகளன்றோ!

நாற்பது ஆண்டுகளுக்கு முன்பு கோவைக்கு அடுத்த ராமநாதபுரமெனும் புறநகரில் நாம் இருவரும் ஒரே வீட்டில் வசித்த அந்த நாட்கள்... இருவரிடையே எழுந்த அரசியல் விவாதங்கள்... நீங்களே பலமுறை பேசியுமிருக்கிறீர்கள் - எழுதியுமிருக்கிறீர்கள் "என்னைக் கலைஞர் தன்பக்கம் ஈர்த்து விட்டார்" என்று! அந்த நினைவுகள் என் நெஞ்சில் அலைகளாய் மோதுகின்றனவே இப்போது!

அப்போதெல்லாம் அந்தச் சிறிய வீட்டிலிருந்து நீங்களும் நானும் இயக்குநர் காசிலிங்கமும் நண்பர் நம்பியாரும் கோவை நகருக்கு ஒரு குதிரை வண்டியில் தானே போவோம்! ஆம்; அதுவும் வாடகை வண்டி! ஒரு ஆளுக்கு இரண்டணா வாடகை!

மதியம் - பெரும்பாலும் கோவைக்குக் குதிரை வண்டிச் சவாரி! கடைத்தெரு முனையில் இருந்த 'குருசாமி நாடார்' மிலிடரி ஓட்டலில் சாப்பாடு! அதற்கிடையே எத்தனை சிரிப்புவெடிகள்! சிந்தனையைத் தூண்டும் உரை யாடல்கள்!

ஒன்றா இரண்டா? இப்படி ஓராயிரம் உண்டே! கலை உலகில் நம்மைப் பிணைத்து வைத்த நட்பின் முத்திரைகளைக் காலம் கரைத்திட முடியுமா? முடியவே முடியாது!

அரசியலில் இன்று நமக்கிடையே மாறுபாடு இல்லை என்று சொன்னால் - அதனை நீங்களும் நானுமே ஏற்றுக் கொள்ள மாட்டோம்! எத்தனையோ மாறுபாடு- எத்தனையோ வேறுபாடு- எப்படியோ முளைத்து விட்டன!

ஆனால் இந்தப் பனிரெண்டு ஆண்டுப் பகையை- நாற்பதாண்டு கால நட்பு; பனிக்கட்டி போல இன்று கரைத்து விட்டதற்கு அடையாளம்: உங்கள் நோய் பற்றிக் கேள்விப்பட்டவுடன் என் கண்கள் அருவிகளானது தான்!

அந்த அருவியில் கருத்து மாறுபாடுகள் கரைந்து போகவில்லை! அனால் கசப்பு உணர்வுகள் இருந்த இடம் தெரியாமல் மறைந்து போய்விட்டன!

மூதறிஞர் ராஜாஜியின் உடல் நிலையைக் கேள்வியுற்று மருத்துவமனைக்கு வந்த பெரியார் அப்படியே ஆடிப்போய் விடவில்லையா?

அந்தப் பெரியார் வளர்த்த குடும்ப பாச உணர்வும் அரசியல் பண்பாடும் பட்டுப்போய்விடுமா என்ன?

அரசியலில் நீங்களும் நானும் முப்பது ஆண்டுகள் இணைந்து இருந்தோம்- அதில் இந்தப் பனிரெண்டு ஆண்டுகளாகப் பிரிந்தும் இருக்கிறோம்!

ஆனால் அந்த 1953ஐ மறக்க முடிகிறதா? கல்லக்குடி போராட்டத்தில் ஆறுமாத சிறைவாசமேற்று திருச்சி சிறையிலிருந்து விடுதலையாகி சென்னை எழும்பூர் ரயிலடியில் நான் வந்திறங்கிய போது மக்கள் வெள்ளத்தில் அமிழ்ந்து போக இருந்தேன்! அன்று என்னைக் "காக்கும் கரங்களாக" உங்கள் கரங்கள்தானே நீண்டன! என்னை வாரி அணைத்துத் தோளிலே தூக்கிக் கொண்டு மக்கள் கடலைக் கடந்தீர்கள்! அப்போது விலை உயர்ந்த உங்கள் கைக்கெடிகாரம் அந்தக் கூட்டத்தில் போன இடம் தெரியவில்லை!

அம்மவோ; அதையெல்லாம் நினைத்தால்- அதுவும் இந்த நேரத்தில் நினைத்தால்; நீங்கள் நலம் பெற வேண்டு மென்பதைத் தவிர என் உள்ளமும் உதடுகளும் வேறு எதனை உச்சரிக்கும்!

அரசியலில் நீங்கள் எடுத்த அந்தத் திடீர் நிலை! அதனால் ஏற்பட்ட திருப்பங்கள்!

அதன் காரணமாக உங்கள் வழி வேறாகிவிட்டது! என் வழியோ எப்போது மிருந்த வழியாக இருக்கிறது!

நான் நடக்கும் வழிதான் நல்வழியென்று வாதம் செய்து மோதிக்கொள்வதிலே கூட ஒரு சுவையுண்டல்லவா நம் இருவருக்கும்; அதற்காகவும் நீங்கள் நலமுடன் திகழ வேண்டுமென்று தானே இந்த நண்பனின் இதயம் ஏங்கிக்கொண்டிருக்கும்!

நான் ஆலயங்களுக்குச் சென்றிருக்கிறேன்; ஆட்சிப் பொறுப்பின் கடமைகளை நிறைவேற்றுவதற்காக! கலைச் சிற்பங்களைக் கண்டு மகிழ்வதற்காக!

பிரார்த்தனைகள் செய்ததுமில்லை; அதற்காகப் பிரகாரங்கள் சுற்றியதுமில்லை! இப்போதும் உங்களுக்காக அந்தத் தெய்வீகப் பிரார்த்தனையில் நான் ஈடுபடவில்லை! என்னைப் பெரியாரும் அண்ணாவும் அப்படி வளர்த்து விட்டார்கள்!

ஆனால் என் இனிய நண்பரே! உங்களுக்காக நடைபெறுகிற பிரார்த்தனைகள் வெற்றி பெறட்டும்!

பாசமிகுந்த எனது பழைய காலத்துத் தோழரே! நீங்கள் அந்தப் பழைய புன்னகை முகத்தோடு எங் களைக்காண வாருங்கள்!

உங்களைக் காண எங்களுக்கு இப்போது அனுமதியில்லை! பரவாயில்லை; நீங்கள் நலமெல்லாம் பெற்று எங்களைக் காண மட்டும் வந்தால் போதும்!

"பிரார்த்தனை" என்பதற்கு "துதி" என்பது மல்ல; "வேண்டுகோள்" என்றும் ஒரு பொருள் உண்டு!

அந்தப் பொருளில் வேண்டுமானால் நானும் பிரார்த்தனை செய்கிறேன்; கருத்து மோதல்களுக்கிடையிலேயும் கனிந்துரையாடிடக் கடுகி எழுந்து வருக! கதிரொளி பட்ட பனிமூட்டமென உங்கள் நோய் மூட்டம் விலகிடுக!

என்றும் உங்கள் நண்பன்

மு.க.

அ.தி.மு.க. உடன்பிறப்புகளுக்கு!

உடன்பிறப்பே!

எனது இனிய நண்பர் முதலமைச்சர் எம். ஜி.ஆர். அவர்களின் உடல்நிலை கேட்டு அதிர்ச்சியுற்று - பதறிப் போய் -- தாங்க முடியாத வேதனையின் காரணமாக உணர்ச்சி வசப்பட்டு அ.தி. மு. க. தொண்டர்கள் பத்து பேருக்கு மேற்பட்டோர் தங்களின் மேனிக்கு தீயிட்டுக் கொண்டும் நஞ்சு அருந்தியும் உயிரைப் போக்கிக் கொண்டார்கள் என்ற செய்தி கேட்டுப் பதைத்துப் போகிறேன். மேலும் பலர் அந்த முயற்சியில் ஈடுபடுகிறார்கள் என்ற செய்திகளும் இதயத்தில் வேல்களைப் பாய்ச்சுகின்றன.

தங்களின் தலைவனுக்கு வந்துற்ற நோய் எத்துணை இன்னலை அவருக்குத் தருகிறது என்பதை எண்ணிடும் போது உள்ளம் எரிமலையாகிற காரணத்தால் துடித்துப் போகிற அந்த உடன் பிறப்புக்கள்; உயிரோடிருந்து அந்த வேதனையை சகித்துக் கொள்ள முடியாமல் உயிரைப் போக்கிக் கொள்வதின் மூலம் தங்களுக்குத் தாங்களே அமைதியைத் தேடிக் கொள்கிறார்கள் என்பதை உணர முடிகிறது!

1964-1965 ஆம் ஆண்டு நடைபெற்ற மொழிப் புரட்சியை யொட்டி கீழ்ப்பழூவூர் சின்னச்சாமி தொடங்கி மொத்தம் எட்டுத் தமிழர்கள்; தீக்குளித்தும், நஞ்சருந்தியும் தங்கள் உயிரைப் போக்கிக் கொண்ட போது அவர் களின் உணர்வு மதிக்கத்தக்கது என்றாலும் அவர்கள் மேற்கொள்கிற போராட்ட முறை ஏற்கத்தக்கது அல்ல என்று நமது அண்ணா அவர்கள் கருத்து தெரிவித்து, அந்த செயல்கள் இனித் தொடரா வண்ணம் ஒரு முடிவுக்கு வர வேண்டுமென்று விரும்பினார்கள்.

அதற்கடுத்து 1981 ஆம் ஆண்டு செப்டம்பர் திங்கள் இலங்கைத் தமிழர்களின் படுகொலையைக் கண்டித்து சென்னையில் உள்ள இலங்கைத் தூதுவராலயத்திற்கு முன்பு மறியல் செய்வதற்காக வீட்டிலிருந்து புறப்படும் போதே நான் கைது செய்யப்பட்டு ரிமாண்டில் பதினைந்து நாட்கள் சிறையில் அடைக்கப்பட்டிருந்த போது- என்னை விடுதலை செய்யுமாறு கோரி பதினாறு பேர் தீக்குளித்து அவர்களில் ஏழு பேர் மாண்டு போயினர். நான் சிறையிலிருப்பதைத் தாங்கிக் கொள்ளாமல் அந்தச் செயலில் ஈடுபட்ட உடன்பிறப்புக்களின் உணர்வுக்கு உருகிய போதிலும் உடனடியாக சிறையிலிருந்தவாறே நானும்-நமது கழகப் பொதுச் செயலாளர் பேராசிரியர் அவர்களும் தீக்குளிப்பதும் தற்கொலை செய்து கொள்வதும் ஏற்றுக் கொள்ளக் கூடிய முறைகள் அல்ல; தயவு செய்து நிறுத்துங்கள் என்று அறிக்கைகள் விடுத்தோம்!

ஆனாலும் நடந்தது நடந்து விட்டதே- என்ன செய்ய!

சென்ற ஆண்டு கூட ஆரணிக்கருகே நமது கழக உடன் பிறப்பு ஒருவர்; இலங்கைத் தமிழருக்கு விளைந்த கொடுமை கண்டு கொதித்து தனக்குத் தானே கொள்ளி வைத்துக் கொண்டார்!

ஆந்திரத்தில் இந்திராகாந்தி நடத்திய ஜனநாயகப் படுகொலையைக் கண்டித்து தமிழகத்தில் நாம் நடத்திய பேரணியின் போது- குன்றத்தூரில் கழக உடன் பிறப்பு ஒருவர் தீக்குளித்த செய்தி நமது நெஞ்சில் செந்தேளாகக் கொட்டிற்று!

மொழிப் போரில் தீக்குளித்து மாண்ட தீரர்களை- அன்றைக்கு இந்தி ஆதிக்கத்துக்கு வக்காலத்து வாங்கியவர்கள், இந்தி எதிர்ப்பாளர்களைச் சுட்டு வீழ்த்திய கட்சிக் காரர்கள்- வறுமையால் தற்கொலை செய்து கொண்டனர் என்றும்- கடன்

தொல்லை-குடும்பச் சச்சரவு- அதனால் உயிரை மாய்த்துக் கொண்டனர் என்றும் நெஞ்சில் ஈரமும் இரக்கமுமின்றி இழித்தும் பழித்தும் பேசினர்! மக்கள் மன்றத்திலே மட்டுமல்ல; சட்டமன்றத்திலே கூட அன்றைய ஆளுங்கட்சி தரப்பிலே அந்தத் தியாகச் சீலர்களின் மீது சேறு வாரி இறைக்கப்பட்டது! அந்தத் தியாகத் தங்கங்களின் தற்கொலைச் செயல் முறையைக் கழகம் ஏற்றுக் கொள்ளாவிடினும், அந்த மாணிக்கங்களின் மீது மாசு கற்பித்த மமதையாளர்களின் போக்கு கண்டு மனம் நெகிழ்ந்தோம்!

அதே போலத்தான் சில நாட்கள் நான் சிறையில் அடைபட்டிருந்ததைத் தாங்கிக் கொள்ள முடியாமல்- என்றோ ஒரு நாள் விடுதலை ஆவேன் எனத் தெரிந்தும் பொறுத்துக் கொள்ள முடியாமல் - எழுவர் தீக்குளித்து இன்னுயிர் நீத்த போதும் அவர்கள் எடுத்த முடிவுக்கு ஏதேதோ இழிதகைக் காரணங்களைக் கூறி ஏடுகளில் செய்திகளைப் பரப்பினர்! எழுதினர்-பேசினர்! எவர்? யார்? அத்தகைய இதயமில்லா மனிதர்களாய் ஏகடியம் செய்தனர் என்பதற்குப் பழைய ஏடுகளே ஆதாரம்!

ஆனால் நானும் சரி; நமது கழகமும் சரி-எந்தவொரு இயக்கத்தில் தன்னலமற்ற தியாகச் சுடர்கள் இருந் தாலும் அவர்களையோ-அவர்களது உணர்வுகளையோ- என்றைக்கும் மதிக்கத் தவறியதில்லை!

இதே தங்களின் அன்பிற்குரிய தலைவருக்காக- என் இனிய நண்பருக்காக-பத்துக்கு மேற்பட்ட அ.தி.மு.க. உடன்பிறப்புக்கள், தங்களின் உயிர் மீது பற்றற்றுத் தணல் பாய்ந்த மெழுகாகியிருக்கின் றனர் என்கிற போது அய்யகோ! அவர்களின் பாசப் பிணைப்பை என்னவென்று புகழ்வது!

தி.மு. கழக உடன்பிறப்புக்கள் மொழிக்காக ஒரு முறையும் - எனக்காக ஒரு முறையும் தீக்குளித்துச் செத்தபோது அந்த நாட்களில் விரசமாக விமர்சித்தது போல ஆளுங்கட்சிப் பிரமுகர்களை விமர்சிக்கும் அரசியல் கீழ்த்தரம் எனக்கும் நமது கழகத்திற்கும் என்றைக்கும் ஏற்படாது! அது தான் நாம்! அதனால் தான் நாம்; நாமாக இருக்கிறோம்!

உடன்பிறப்பே; உன்னை "உடன்பிறப்பே" என அழைக்கும் உரிமை எனக்கிருப்பது போலவே - அ.தி.மு.க.வின் அடித்தளத் தொண்டர்களை "உடன் பிறப்புக்களே!" என அழைக்கும் உரிமை எனக்கிருப்பதாக நம்புகிறேன்! அந்த நம்பிக்கையைச் சிதைக்கச் சில "நல்லவர்கள்" (?) முனையலாம்! அது குறித்து நான் கவலைப்படவில்லை! எல்லோரும் ஒன்றாக இருந்த அந்தக் காலத்தை மறந்து விடாத நிலையில் அ.தி.மு.க. செயல் வீரர்களை நான் "உடன்பிறப்புக்களே" என விளிப்பதில் ஆச்சரியமுமில்லை! தவறுமில்லை!

எனவே, அந்த உடன்பிறப்புக்களை கேட்டுக் கொள்கிறேன்!

“உடன்பிறப்புக்களே! உங்களுக்கு உங்களின் உயிரினும் சிறந்த தலைவன் மீது இருக்கின்ற அன்பின் பெருக்கை அறியாதவனல்ல நான்! அவர் உடல்நலிவுற்றுத் துன்புறும் செய்தியால் உங்கள் இதயம் எப்படித் துளைக்கப்படும் என்பதை உணர முடியும் என்னால்! பன்னிரண்டு ஆண்டுக் காலம் பகை மூட்டத்துக்கிடையே பிரிந்து நின்ற நானே ...பழைய பசுமையான தோழமைக் காலத்தை எண்ணி எண்ணி...துன்பச் சுமை தாங்காது தத்தளிக்கிறேன் என்கிறபோது; எந்தப் பதவியோ- பவிசோ - பரிசோ எதையுமே நாடாமல் அவரை நெஞ்சில் குடியமர்த்தி வைத்திருக்கிற உங்களால் எப்படித் தாங்கிக் கொள்ள முடியும்! அந்தத் துடிப்பு; அவர் முதலமைச்சராக இருக்கிறார் என்பதால் பயன் கருதி ஏற்படும் துடிப்பு அல்ல! பற்று பாசத்தால் ஏற்படும் துடிப்பு!

அந்தப் பற்றும் பாசமும் அவர் நீண்ட ஆயுளுடன் நெடுங்காலம் வாழ வேண்டும் என வாழ்த்துவதற்குப் பயன்பட வேண்டுமேயல்லாமல்- உங்களை நீங்களே கருக்கிக் கொள்வதற்குக் காரணமாகி விடக்கூடாது!

அவர் நலம் பெற்று வருகிறார் என்ற நல்ல செய்திகள்; அரசின் சார்பில் அறிவிக்கப்படுகின்றன! நான், இந்தக் கடிதம் எழுதும் நேரத்திலும் அமைச்சர் அண்டே அவர் கள் "முதலமைச்சர் உடல் நிலையில் மேலும் முன்னேற்றம்" என்ற செய்தியே தந்துள்ளார்.

அந்தச் செய்திகள் தொடரட்டும்! அவ்வாறு தொடர வேண்டுமெனத் தமிழகமே விழைகிறது!

அதற்கிடையே நீங்கள் நெருப்பிட்டுக் கொண்டு மாள்கிறீர்கள் என்று நெஞ்சைக் குலுக்கும் தகவல்களால் என்னைப் போன்றோர் படுந்துயர் கொஞ்சமல்ல!

உணர்வு மதிக்கத்தக்கது! வணங்கத்தக்கது! ஆனால் உயிரை வலுவில் போக்கிக்கொள்வது ஒருக்காலும் ஏற்றுக்கொள்ளத்தக்கது அல்ல!

நீங்கள் சார்ந்திருக்கும் சமுதாயத்திற்காக-நீங்கள் ஆற்ற வேண்டிய கடமை எவ்வளவோ இருக்கிறது!

எந்தவொரு இயக்கத்திற்கும் அந்த இயக்கத்தின் தொண்டனே உயிர்நாடி!

அந்த உயிர்நாடிகள் எந்தவொரு இயக்கத்திலும் அறுந்து போய்விடக் கூடாது!

தொண்டனாகவே இருந்து வளர்ந்தவன் என்ற முறையில் வேண்டுகிறேன்; தொண்டுள்ளம் கொண்ட தியாக உடன்பிறப்புக்களே! உங்கள் உயிர்ப்பலியை நிறுத்துங்கள்! உங்கள் தலைவர்-எனது நண்பர்; நலம் பெற்று எழுந்துவர - நாமனைவரும் சேர்ந்து வாழ்த்துவோம்!"

உடன்பிறப்பே, இந்த வேண்டுகோளைத்தான் உன்னுடன் இணைந்து அ.தி. மு.க. உடன்பிறப்புக்களுக்கு விடுக்கிறேன்.

அன்புள்ள,

மு.க.

ஐவ்வாது மாலையும் சந்தோஷ அலையும்!

உடன்பிறப்பே!

நமது மாநிலத்து நிதியமைச்சர் நாவலர் அவர்கள், மத்திய நிதியமைச்சர் பிரணாப் முகர்ஜி அவர்களுக்கு வாசமிக்க ஐவ்வாது மாலை அணிவித்து மகிழ்ச்சி பொங்கிட புகைப்படக்காரருக்கு "போஸ்' கொடுத்துக் கொண்டிருக்கிறார். இந்தப் பூரிப்பு வழியும் புகைப்படம் தமிழ்நாட்டில் வெளிவரும் நாளேடுகள் பலவற்றில் கடந்த இரண்டு மூன்று நாட்களாகப் பிரசுரிக்கப் பட்டுள்ளன.

திடீரென்று டெல்லியில் உள்ள மத்திய நிதி அமைச்சருக்கு நமது மாநில நிதியமைச்சர் மாலை அணிவித்து மகிழ வேண்டிய நிகழ்ச்சி என்ன ஏற்பட்டுவிட்டது?

ஏதாவது தமிழகத்திற்கு புதிய திட்டத்தை அறிவித்து அதற்காகப் பல கோடி ரூபாய் ஒதுக்கியிருப்பதாக மத்திய நிதி அமைச்சர் பிரணாப் முகர்ஜி அவர்கள் அறிவித்து -அந்த நல்ல செய்தி கேட்டுத் தமிழக அரசின் சார்பாக மத்திய நிதி அமைச்சருக்கு நமது மாநில நிதி அமைச்சர் நன்றிப் பெருக்குடன் மாலை அணிவித்துப் போற்றிப் புகழ்பாடுகிறாரா? அப்போது எடுக்கப்பட்ட படமா?

அல்லது; பொதுத் தேர்தல் முடிவுற்று பாராளுமன்றத்திற்குத் தேர்ந்தெடுக்கப்பட்டு விட்டார் பிரணாப் என்ற செய்தி கேட்டு; அதற்காக அவரைப் பாராட்டுவதற்கு நாவலர் அவர்கள் மாலை அணிவித்து மகிழ்ச்சிக் கடலில் ஆழ்ந்துள்ளாரா? அப்போது "கிளிக்" செய்யப்பட்ட புகைப்படமா?

ஒருவேளை-டெல்லிக்குச் சென்ற நாவலரிடம்; பிரணாப் முகர்ஜிக்குப் பிறந்தநாள் விழா என்பதை யாராவது நினைவூட்டி-அதன் காரணமாக அவரை அலுவலகத்தில் சந்தித்து மாலை அணிவித்து அகமிக மகிழ்ந்து இன்ப வெள்ளத்தில் மிதக்கும்போது எடுக்கப்பட்ட நிழற் படமா?

இல்லை, இல்லை, உடன்பிறப்பே-இவை எதுவுமே இல்லை!

முதலமைச்சர் உடல்நலிவுற்றிருப்பதை முன்னிட்டு; தமிழக ஆளுநர் குரானா அவர்கள் முதல்வரின் இலாக்காக்களை அனைத்தையும் கடந்த 25 ஆம் தேதி அன்று நாவலரிடமே ஒப்படைத்துவிட்டார் அல்லவா ; அந்தக் காரியம் நடைபெற்ற அடுத்த விநாடியே நிதியமைச்சர் நாவலர் அவர்கள் டெல்லிக்குப் புறப்பட்டு விட்டார்.

அண்ணா உடல் நலிவுற்றிருந்த போது அவரது இலாக்காக்கள் அண்ணாவே கோப்பில் கையெழுத்திட்டு, மூன்று நான்கு அமைச்சர்களிடத்திலே பிரித்துத் தரப்பட்டன.

அருமை நண்பர் எம். ஜி. ஆர். அவர்கள் ஓரிரு ஆண்டுகளுக்கு முன்பு வெளிநாடு சென்றிருந்த போது கூட அவரது இலாக்காக்களை அவரே பகிர்ந்து இரண்டு மூன்று அமைச்சர்களுக்குத் தற்காலிகமாக அளித்து அவரே கோப்பில் அந்த ஆணையை இட்டு கையெழுத்துப்போட்டுதான் சென்றார்.

ஆனால் இப்போது மருத்துவமனையில் கடந்த 10ஆம் தேதியன்று கூட கோப்புகளை முதல்வர் பார்வையிட்டுக் கையெழுத்திட்டார் எனச் சட்ட சபையில் நாவலரே தகவல் தந்துள்ள நிலையிலும் கூட, முதல்வர்- தனது இலாக்காக்களை நாவலருக்குத் தற்காலிகமாக ஒப்படைப்பதாக ஒரு

கோப்பிலும் எழுதவில்லை. ஆனால் அதற்கு மாறாக ஒன்பதாம் தேதி வாய்மொழியாக அந்த இலாக்கா மாற்றத்தை முதல்வர் அவர்கள் நாவலரிடம் கூறி விட்டாராம்! இப்படி நாவலரே சொல்கிறார்!

பத்தாம் தேதி "பைல்" பார்த்துப் "பைசல்" செய்யக் கூடிய நிலையில் இருந்த மாண்புமிகு முதலமைச்சர் அவர்கள், ஒன்பதாம் தேதி வாய்மொழியாகச் சொல்ல வேண்டிய அவசியம் என்ன?

டெல்லியின் ஆலோசனைப்படி கவர்னர் இப்படியொரு முடிவை எடுத்து - ஒரு புதிய அதிகாரத்தை கவர் னரின் கையில் தமிழக ஆட்சியாளர்கள் வலுவில் கொண்டு போய் வழங்கியிருக்கிறார்கள்.

முதல்வருக்கோ - நமது நெஞ்சு நெகிழத்தக்க அளவுக்குத் திடீரென பக்கவாத நோயினால் பேசும் சக்தி இழந்துள்ள நிலை! கையெழுத்தும் போட முடியாமல் கையை அசைக்கும் சக்தியை இழந்துள்ள நிலை! அதாவது 13ந் தேதிக்குப் பிறகு!

இப்படிப்பட்ட ஒரு அசாதாரண சூழலில் மாநிலத்தில் நிறைவேற்றப்பட வேண்டிய நிர்வாகப் பணிகளுக்காக வேறு என்னதான் செய்ய முடியும் எனக் கேட்பது எனக்குப் புரிகிறது!

சுலபமான ஜன நாயக வழி ஒன்று இருக்கிறதே!

ஆளுங்கட்சி சட்டமன்ற உறுப்பினர்கள் கூடி, முதல்வர் உடல் நலம் பெறுகிற வரையில் தற்காலிகமாக அவரது இலாக்கா பொறுப்புக்களை இந்த அமைச்சர் பகிர்ந்து கொண்டு பார்ப்பதற்கு சட்டமன்ற ஆளுங் கட்சி உறுப்பினர்களின் இந்தக் கூட்டம் கவர்னருக்குப் பரிந்துரை செய்கிறது என்று

ஒருவர் பெயரைக் குறிப்பிட்டுத் தீர்மானம் நிறைவேற்றி அதனைக் கவர்னரிடம் கொடுத்து அதன் வாயிலாக ஜனநாயக நெறியையும் காப்பாற்றி - மாநில உரிமையையும் பாதுகாத்துக் கொண்டிருக்க முடியுமே! இந்த என் கருத்தும் சிந்திக்கக் கூடிய ஒன்றுதானே!

இப்படி எதுவுமே முறைப்படி சிந்தித்து நடத்தப் படாமல் - முதல்வர் அவர்கள் வாய்மொழியாக ஒன்பதாம் தேதியே சொல்லி விட்டார் என்று ஒரு கற்பனைக் கதையைக் கட்டி, கவர்னர் மூலமாக முதலமைச்சரின் எல்லா இலாக்காக்களையும் நாவலர் தன்னகப்படுத்திக் கொண் டது; அவரது ராஜதந்திரத்துக்குக் கிடைத்த மாபெரும் வெற்றியல்லவா?

அதற்கு ஆசி வழங்கி, அருள் பாலித்த டெல்லி பேரரசின் பிரதானியர்களில் ஒருவரான பிரணாப் முகர்ஜிக்கு நன்றி தெரிவித்து-மாலை சூட்டி-மகிழ்ச்சிப் பெருக்கில் நாவலர் ஆழ்ந்திருப்பது ஆச்சரியமல்லவே!

உடன்பிறப்பே, எத்தகைய நேரத்தில் தனக்கு கிடைத்த வாய்ப்பு என்பதைக்கூட சிந்தித்திட நாவலருக்கு நேரமில்லை!

கட்சி வேறுபாடுகளை மறந்து கண்ணீர் மல்கிட தமிழகத்து மக்கள் அனைவரும் முதல்வரின் உடல்நலம் பெற வேண்டுமென வாழ்த்திக்கொண்டிருக்கிற சமயம்!

பதவி - பவிசு -அதிகாரம்-அந்தஸ்து எதையுமே தங்கள் தலைவனிடம் எதிர்பாராமல் அவரிடத்தில் பாசங் கொண்ட அவரது கட்சியின் உடன்பிறப்புக்கள் அவர் நலம் பெற வேண்டுமென்பதற்காகத் தீக்குளித்துச் செத்துக் கொண்டிருக்கிறார்கள்.

பசி, உறக்கம், ஓய்வு அனைத்தையும் மறந்த தொண்டர்கள் அவர் உடல்நிலை குறித்து அறிந்திட அலைமோதிக் கொண்டிருக்கிறார்கள்!

இந்தச் சோகம் கப்பிய சூழ்நிலையில்தான்-அதுவும் முதல்வரின் உடல்நிலையில் நெருக்கடியும், சிக்கலும் ஒவ்வொரு நிமிடமும் எதிர்பார்க்கப்பட்ட நாளில்தான் முதல்வரின் உடல்நிலை எவ்வாறுள்ளது என்ற முழு உண்மையையும் அறிந்து கொள்ளக்கூடிய இடத்திலே இருக்கிற நாவலர் அவர்கள் டெல்லிக்குச் செல்கிறார்!

இலாக்காக்கள் தன்பால் வந்துவிட்டன என்ற இனிய செய்தியை வெளியிட்டுவிட்டு - அந்த வாய்ப்பு வழங்கிய வடபுலத்துக்காரர்களுக்கு நன்றி கூறி மாலை அணிவித்து மகிழ்ச்சி தெரிவிக்கிறார்! பிரதமருக்கும் மற்றவர்களுக்கும் மாலை அணிவித்த நிகழ்ச்சிகள் எல்லாம் படமாக வர வில்லை! பிரதமர் அலுவலகத்தில் அடிக்கடி புகைப்படம் எடுக்க அனுமதிப்பதில்லை! பிரணாப் முகர்ஜிக்கும், ஆர். வெங்கட்ராமனுக்கும் ஐவ்வாது மாலைகள் அணிவித்த போது பிரதமருக்கு அணிவிக்காமல் இருந்திருப்பாரா?

ஆனால் பிரதமர் இங்கே முதல்வரைக் காண வந்த போது தனக்கு யாரும் மாலை அணிவிப்பதைத் தவிர்த்து விட்டார்.

எனது சுற்றுப்பயண நிகழ்ச்சிகள் தென் ஆற்காடு மாவட்டத்தில் நடைபெற்ற போது எனக்கு யாரும் மாலை அணிவிக்கக் கூடாது என அறிக்கையே விடுத்தேன்.

தற்காலிகமாக-முதல்வரின் இலாக்காக்களை; டெல்லி அரசின் கடைக்கண் பார்வை-கவர்னரின் கருணாகடாட்சம் - இவற்றின்

காரணமாகப் பெற்றுக்கொண்டதற்கே இத்தனைப் பேரானந்தமா?

மருத்துவமனையிலே முதல்வர் நடத்துவது உயிருக் குப் போராட்டம்!

மேலிடத்தில் உள்ள இவர்களுக்கோ மகிழ்ச்சிக் கொண்டாட்டம்!

உடன்பிறப்பே! இவர்கள் இயல்பு இதுதான் என்பது உனக்கும் எனக்கும் முன்பே தெரியும்!

அ.தி.மு.க. வில் உள்ள உணர்ச்சியுள்ள உடன் பிறப்புக்கள், இவர்களை அடையாளம் கண்டுகொள்ள வேண்டுமென்பதற்காக இதனைக் குறிப்பிட்டேன்- அவ்வளவுதான்!

அன்புள்ள,

மு.க.

நெஞ்சில் இருந்ததைக் கொட்டி விட்டேன்!

உடன்பிறப்பே!

தேர்தலுக்கான ஆயத்தங்களும்-- அந்த ஆயத்தங்கள் குறித்த அறிவிப்புகளும் வந்தவண்ண மிருக் கின்றன. அதிபர் ஆட்சி முறையா- அல்லது நாடாளு மன்றத்தின் ஆயுள் நீட்டிப்பா- அல்லது உரிய காலத்தில் தேர்தலா- என்ற கேள்விகளுக்கு மழுப்பலான பதில் களையே பெற முடிந்த நிலைமை மாறி; இப்போது தேர்தல் வந்தே விட்டது என்ற செய்திகள் செய்திகள் வரத் தொடங்கி விட்டன.

நாடாளுமன்றத் தேர்தலுடன் தமிழக சட்டமன்றத் தேர்தலும் இணைந்து வருமா என்பது இன்னமும் உறுதி யாக்கப்படவில்லை. ஆனால் இணைத்தே நடத்த வேண்டு மென்பதில் நாவலர் அவர்களும் இன்னும் சில அமைச்சர்களும் பிடிவாதமாக இருக்கிறார்கள் என்று தெரிகிறது.

இரண்டு தேர்தலும் சேர்ந்து வந்தாலும் நாம் சந்திக்கத்தான் போகிறோம். அதற்கும் தயாராகவே இருக் கிறோம்.

ஆனால் என் உள்ளத்தில் உறுத்திக்கொண்டிருக்கிற ஒரு உணர்வை என்னால் வெளியிடாமல் இருக்க முடிய வில்லை. தர்மபுரி மாவட்ட சுற்றுப்பயண நிகழ்ச்சியின் போது கூட அதனைக் குறிப்பிட்டேன்.

முதலமைச்சர்--எனது இனிய நண்பர் எம்.ஜி.ஆர். அவர்கள் மிகவும் உடல்நலிவுற்று அமெரிக்க நாட்டில் நியூயார்க் மருத்துவ மனையில் படுக்கையிலிருக்கிறார் என்கிற போது அவர் தமிழ்நாட்டில் இல்லாத நேரத்தில்- அதுவும் நோயுற்று வெளிநாட்டில் வாடிக் கொண்டிருக்கும் போது - அதனையே

முதலீடாக வைத்து அரசியல் ஆதாயம் தேட வேண்டுமென்று ஆளுங்கட்சியில் உள்ள சிலர் முனைவதை ஏற்றுக் கொள்ளவும் முடியவில்லை! எடுத்துச் சொல்லாமலும் இருக்க முடியவில்லை!

உடன்பிறப்பே, சில நாட்களுக்கு முன்பு "நானும் பிரார்த்தனை செய்கிறேன்'' என்ற தலைப்பில் நான் எழுதிய கடிதத்தை உன்னிப்பாக - ஒவ்வொரு வரியாகப் படித்திருப்பாய் என்று நம்புகிறேன்.

அதில்:-

"நான் நடக்கும் வழிதான் நல்வழியென்று வாதம் செய்து மோதிக்கொள்வதிலே கூட ஒரு சுவையுண்டல்லவா நம் இருவருக்கும்; அதற்காகவும் நீங்கள் நலமுடன் திகழ வேண்டுமென்றுதானே இந்த நண்பனின் இதயம் ஏங்கிக் கொண்டிருக்கும்!''

என்று நான் எழுதியிருந்த அந்த வாசகம், என் கண்ணீரால் எழுதப்பட்டது என்பதை அந்தக் கடிதத்தை எம்.ஜி.ஆர். படிக்கும் நிலையில் இருந்திருந்தால் நிச்சயமாக உணர்ந்துகொண்டிருப்பார்!

1971ல் நானும் எம். ஜி. ஆரும் இணைந்து நின்று : ஆம் - நமது இயக்கம் டில்லிக்காரர்களால் பிளவுபடுத்தப்படாமல் ஒரே இயக்கமாக இருந்து தேர்தல் களங்கண்டு தமிழக வரலாற்றிலேயே இல்லாத அளவுக்கு 184 சட்ட மன்றத் தொகுதிகளில் வெற்றி பெற்றது!

அப்போது நானும் அவரும் ஒருமுனையில்! 1977ல் அவரும் நானும் எதிர்எதிர் முனைகளில்! ஏன்? எப்படி? யாரால்? இப்போது விளக்க விரும்பவில்லை! 1972ல் அச்சேறிய

ஆதாரங்கள் சாட்சியங்களாக இருக்கின்றன! தேவைப்படும் போது தெரிவிப்பேன்! 1977ல் அவர் வென்றார்!

1980ல் நாடாளுமன்றத் தேர்தல்-மீண்டும் களம் கண்டோம்; அப்போதும் எதிர்எதிர் முனைகளில்தான்! அவரை வெற்றி கண்டோம்! அதுவும் மிகப்பெரிய வெற்றி!

அடுத்து சட்டமன்றத் தேர்தல்-களத்தில் இருமுனைகளில் நின்றே மோதிக் கொண்டோம். மீண்டும் அவர் பெரு வெற்றி பெற்றார்!

பின்னர் வந்த இடைத்தேர்தல் - இருமுனைகளில் நின்று மிகக் கடுமையாக மோதிக் கொண்டோம்!

அண்ணாநகர், மயிலாடுதுறை எனும் இரு பெரும் வெற்றி களைப் பெற்றோம்!

1953 முதல் நானும் அவரும் ஒருமுனையில் நின்று கழகத்தின் சிப்பாய்களாக அண்ணாவின் காலடியில் வெற்றிக் காணிக்கைகளைக் குவித்தோம்! இருவர் மட்டுமல்ல; இயக்கத்தின் முன்னணித் தளபதிகள் - செயல் திறன் கொண்ட ஜீவநாடிகளான அன்பு உடன்பிறப்புக் கள் - அனைவரும் ஓரணியில் இருந்துதான்!

1972க்குப் பிறகு -- இருவரும் இருமுனைகளில்! சட்ட மன்றத்தில் அவருக்கு வெற்றி! நாடாளுமன்றத்தில் நமக்கு வெற்றி! மீண்டும் சட்டமன்றத்தில் அவருக்கு வெற்றி! அண்மையில் நடந்த இடைத்தேர்தலில் நமக்கு வெற்றி!

இப்படி வெற்றி தோல்விகள் மாறி மாறி வந்த போதும் - இருவரும் இருமுனைகளில் நின்று; புராண பாஷையில் கூற

வேண்டுமானால் அர்ச்சுனனும் கர்ணனும் போல மோதிக் கொண்டோம்! மோதிக்கொள்ள நேரிட் டது! ஆம், அது தவிர்க்க முடியாததாகி விட்டது!

ஆனால் இப்போது தேர்தல் வந்தால்-நாடாளுமன்றத் தேர்தல் மட்டுமென்றால் அது நடந்தே தீர வேண்டும்! தேதியைத் தள்ளி வைக்க முடியாது! முடியுமென்று சொன்னாலும் அது ஜனநாயகமாகாது! அதனால் அந்தத் தேர்தலை சந்தித்தே ஆகவேண்டும்-சகலவலுவுடனும் களத்திற்கு வரப் போகிற இந்திரா காங்கிரசை எதிர்க்கப் போகிறோம்! நாம் எதிர்க்கப் போகிற அணிக்கு ஒரு தலைமை இருக்கிறது! அது திடகாத்திரமாக இருக்கிறது! அந்தத் தலைமையில்தான் தேர்தல் களத்தில் நமக்கு எதிரான அணி நிற்கப் போகிறது! அதாவது நாடாளுமன்றத்திற்கான தேர்தலில் நாம் எதிர்க்கப் போகும் அணிக்குத் தலைமை எது என்பதும் அது தனக்குரிய வலிமையுடன் களம்புகப் போகிறது என்பதும் தெளிவான விஷயமாகும்!

ஆனால் தமிழகத்தில் சட்டமன்றத் தேர்தலும் இணைத்து வைக்கப்படுமானால்-அப்போது நமது அணியுடன் மோதப்போகிற எதிர் அணியின் தலைவர் களத்தில் இருக்க மாட்டார் என எண்ணுகிறபோதும் அவர் நோயுற்ற நிலையில் இருப்பார் என நினைக்கிற போதும்- நம் "மோதிக்கொள்வதிலே கூட ஒரு சுவையுண்டல்லவா இருவருக்கும்; அதற்காகவும் நீங்கள் நலமுடன் திகழ வேண்டுமென்று தானே இந்த நண்பனின் இதயம் ஏங்கிக் கொண்டிருக்கும்!" என்று நான் கடிதத்தில் குறிப்பிட்ட அந்தக் கருத்து எத்துணை உணர்வுபூர்வமானது என்பதைப் புரிந்து கொள்ள முடிகிறதல்லவா?

தேர்தலுக்குள் அவர் உடல்நலம் பெற்று களம் புகுந்து பணிகளையாற்றுவார் என்று நிச்சயிக்க முடியாத நிலையில் - டாக்டர்களும் அத்தகைய உத்திரவாதம் எதுவும் வழங்காத

நிலையில்-சட்டமன்றத் தேர்தல் களத்தை இப்போது நினைத்துப் பார்க்கும்போதே ஏதோ ஒரு இனந் தெரியாத வேதனையால் இதயம் கனத்துப் போகிறது.

ஆனால் நாவலரும் அவரைச் சார்ந்தோரும் இப்போதே அந்தத் தேர்தலும் நடைபெற வேண்டும் - அவர் உடல்நலம் பெற்று வந்த பிறகு முறைப்படி ஜூன் மாதத்தில் சட்டமன்றத் தேர்தலை நடத்தக் காத்திருக்கத் தேவையில்லை என்ற முடிவில அழுத்தமாக இருக்கிறார்கள் என்றே தெரிகிறது!

என்னைப் பொறுத்தவரையில் -சட்டமன்றத் தேர்தலுக்கு எனது இனிய நண்பர் எம்.ஜி.ஆர். உடல்நலம் பெற்று வந்து அவரைத் தேர்தல்களத்தில் சந்திப்பதையே பெருமையாகக் கருதுகிறேன்!

"அதற்காக ஜூன் மாதம் வரையில் நாங்கள் பொறுத்திருக்க வேண்டுமா? எங்கள் நிலைமை என்ன ஆவது? அவரது உடல்நலிவை பயன்படுத்தியே நாங்கள் லாபம் பெற எண்ணுகிறோம்!"

என்று ஆளுங்கட்சி வட்டாரத்திலே உள்ள முக்கிய பிரமுகர்கள் பிடிவாதமாக இருப்பார்களேயானால்-இப் போதே தேர்தல் இணைந்துதான் வரும்!

நெஞ்சில் இருந்ததைக் கொட்டி விட்டேன்!

பின்னர் உருவாகும் நிலைமைகளுக்கேற்ப - நமது வியூகங்களையும் வகுக்க வேண்டியதுதானே!

அன்புள்ள,

மு.க.

உள்ளத்தில் உள்ளதை ஒளிக்காமல்...!

என் இனிய நண்பரே!

ஆயிரக்கணக்கான மைல்களுக்கு அப்பால் அமெரிக்காவில் புருக்லின் மருத்துவமனையில் இருக்கும் உங்களுக்கு இந்தக் கடிதம் கிடைப்பதற்கு வழியில்லை என்பது எனக்குத் தெரியும். இருந்தாலும் உங்களைத் தங்கள் உள்ளத்தில் ஆழமாகப் பதிய வைத்துக் கொண்டு எந்தவொரு பதவியோ, லாபமோ பெறாமல்-பெறுவதற்கும் விரும்பாமல் - லாரிகளில் ஏறி வந்து உங்களை வாழ்த்தியும் -வாழ்த்தி விட்டுத் திரும்பச் செல்லும்போது அந்த லாரிகள் சில விபத்துக்குள்ளான காரணத்தால் அடிபட்டு கால் கை ஒடிந்த போதும்கூட அதைப்பற்றிக் கவலைப் படாமல் தங்களைக் கண்ட மகிழ்ச்சியில் வலியையே மறந்தும் உங்கள்பால் பாசத்தால் கட்டுண்டு கிடக்கும் அ.தி.மு.க. உடன்பிறப்புக்கள் இந்தக் கடிதத்தைப் படிக்கும்போது, நீங்களே இதனைப் படித்ததாக நான் எண்ணிக் கொள்வேன்.

நான் இப்போது சொல்வதும் எழுதுவதும் அ.தி.மு.க. உடன்பிறப்புக்கள் பல பேருக்கு நம்ப முடியாததாக இருக்கலாம்.

காரணம்; தலைவனுக்கு இப்படியொரு துன்பமா என எண்ணிப் பார்க்கக்கூட அவர்கள் இதயம் இடந்தராது என்பதால் நான் சொல்வதை அவர்களால் நம்ப முடியாது!

ஆனால் உங்கள் நிலை எனக்கு நன்றாகத் தெரியும் போது - அந்த உண்மையை மறைத்துவிட்டு உங்களை வைத்து அரசியல் விளையாட்டு நடத்துவதற்காக- உங்களைச் சித்ரவதை செய்து கொண்டிருக்கிறார்களே; உங்களைச்

சுற்றியிருந்து உல்லாசம் அனுபவித்த சில நண்பர்கள் -அவர்கள் உங்களை படுத்தும்பாட்டை என்னால் சகித்துக்கொள்ள முடியாத நிலையில்தான் இதனை எழுதுகிறேன்.

இன்றைக்கு நான் சொல்வது கேட்டு திகைத்திடும் உங்களது ரத்தத்தின் ரத்தமான உடன்பிறப்புக்கள்; எதிர் காலத்தில் நிச்சயமாக இந்தக் கருணாநிதி சொன்னது உண்மைதான் என்பதை உணர்ந்து கொள்ளத்தான் போகிறார்கள். தங்களை உண்மையிலேயே ஏமாற்றிப் பொய்கூறி, புனைந்துரைத்து, போலி நாடகமாடியவர்கள் யார் என்பதை அவர்கள் அறிந்து கொள்ளும்போது அவர்களது ஆத்திர எரிமலைக்கு முன்னால் அந்த சுயநலப் பதர்கள் பொசுங்கித்தான் போவார்கள்!

ஒரு லட்ச ரூபாய் பெரியார் மாவட்டத்தில் அக்டோபர் 15ந் தேதி நிகழ்ச்சிகளில் தேர்தல் நிதி தருவதாக இருந்ததை ரத்து செய்துவிட்டு இரவெல்லாம் விழித்திருந்து தங்களைக் காண்பதற்காக சென்னை அப்போலா மருத்துவமனை நோக்கி ஓடோடி வந்தேன்.

ஆனால்...ஆனால்...

எனக்கு உங்களைக் காண அனுமதி மறுத்துவிட்டார்கள். அப்படியொரு போலீஸ் ராஜ்யம்! நாற்பதாண்டு காலம் பழகிய நண்பனாகிய எனக்கு ஏற்பட்ட கதி அது! தொலைவில் நின்றாவது கதவு ஓரத்தில் எட்டிப் பார்த்தாவது பார்த்து விட்டுப்போகிறேன். என்றேன்! அனுமதி கிடைக்கவில்லை. நண்பரே!

கழகக் கட்டுப்பாட்டை மீறி என்னதான் பேசியிருந்தாலும்- அவருடன் தனியாகப் பேசி அதன் பிறகு முடிவெடுக்கலாம் என்று செயற்குழு உறுப்பினர்களுடன் பேசிக்

கொண்டிருக்கும் போதே-"அவர் கட்சியிலிருந்து விலக்கப்பட்டார்" என்று எனக்கும் தெரியாமல் பத்திரிகைகளுக்குக் கையெழுத்திட்டுச் செய்தி அனுப்பிய நாவலர் உங்களைப் பார்க்கவும் முடிந்தது! உங்கள் உடல் நலிவையே தனக்குக் கிடைத்த வரப்பிரசாதமாகக் கருதி பயனடையவும் முடிகிறது! இடைக் காலத்தில் அடைகிற பயன் போதாதென்று தொடர்ந்து பயனடைய உங்கள் வாடியிருக்கும் உடலை வாணிபப் பொருளாக மாற்றிக் கொள்ளவும் முடிகிறது!

ஆனால்-எனக்கு; ஆம்-ஒருவரிடம் ஒருவர் எந்தப் பிரதிபலனும் எதிர்பாராமல் நாற்பதாண்டு காலம் பழகினோமே; அந்த நண்பனுக்கு நீங்கள் உடல் நலிவுற்றுள்ள நிலையில் உங்களைக் காணும் வாய்ப்புகூட மறுக்கப்பட்டு விட்டது!

*1969*ல் நான் முதலமைச்சர் பொறுப்பேற்று -சட்டப் பேரவையில் நிதிநிலை அறிக்கை விவாதத்திற்கு பதில் அளித்து முடித்துவிட்டு வெளியே புறப்படும்போது என்னை அப்படியே கட்டித் தழுவி என் நெற்றியில் முத்தமிட்டீர்கள்!

இடையில் கழகம் பிளக்கப்பட சில துரோகிகளின் முயற்சி வெற்றி பெற்று-அப்போதும் திராவிடர் இயக்கம் முற்றிலும் அழிந்து விடாமல்- நீங்கள் ஆளுங்கட்சித் தலைவராகவும் நான் எதிர்கட்சித் தலைவராகவும் எதிர் எதிரே அமர்ந்திருந்த போதும் - நாம் கடுமையாக மோதிக் கொண்ட போதும் - நம்முடைய தனிப்பட்ட கனிவான நட்பு; கடுகளவும் குறையாமலேதான் இருந்தது! இன்றும் இருந்து வருகிறது!

ஆனாலும் எனக்குத் தங்களை மருத்துவமனையில் தொலைவில் இருந்துகூடப்பார்க்க அனுமதி மறுக்கப்பட்டு விட்டது.

பார்த்தால் "இன்பெக்ஷன்" வந்துவிடும் என்று ஒரு சாக்குச் சொல்லி விட்டார்கள்! "இன்பெக்ஷன்" எதுவும் வராமல், உற்ற நண்பர்கள் பார்ப்பதற்கு எத்தனையோ தடுப்பு ஏற்பாடுகள் மருத்துவத்துறையில் இருக்கிறது என்பது எனக்குத் தெரியும். மருத்துவமனையில் தங்கள் அறையிலேயே பணியாற்றிய சிப்பந்திகளும் மனிதர்கள் தானே! அவர்களுக்குக் கிடைத்த வாய்ப்புகூட எனக்குக் கிட்டவில்லை!

"சீட்டு வாங்க மூப்பனார் என் வீட்டு வாசலில் காத்திருந்தார்" என்று ஒருமுறை கூட்டத்தில் பேசினீர்கள். அது பத்திரிகைகளில்கூட வந்திருந்தது. ஆனால் அந்த மூப்பனார் அவர்கள்கூட உங்களை வந்து மருத்துவமனையில் நரசிம்ம ராவுடன் பார்க்க முடிந்தது.

ஆனால் வீட்டுக்கு வரும்போதெல்லாம் எதிர்கொண்டு அழைத்து-விடைபெற்றுக் கொண்டு புறப்படும்போது பின்னாலேயே வந்து வழியனுப்பி வைப்பீர்களே; அந்த நண்பனாகிட எனக்கு உங்களைச் சுற்றியிருந்தோர் உங்களைக் காண அனுமதி மறுத்து விட்டனர்!

உங்களை அமெரிக்கா கொண்டு செல்லும்போது அங்கே எடுக்கப்பட்ட படங்களை "இந்து" ஏட்டில் கண்டபோது என் கண்கள் நீர்வீழ்ச்சிகளானதை என் அருகிலிருந்த நண்பர்கள் மட்டுமே அறிவார்கள்!

உங்களை அமெரிககாவுக்குக் கொண்டு சென்றிருப்பதே- உங்கள் உயிரோடு விளையாடுகிற உன்மத்தர்கள் சிலரின் செயல்தான் என்பதை என்னால் உங்கள் கட்சியின் உடன்பிறப்புக்களுக்குச் சொல்லாமல் இருக்க முடியவில்லை!

நான் இப்போது சொல்வது உண்மைதான் என்பதை எதிர்காலத்தில் அந்த உடன்பிறப்புக்கள் தெரிந்து கொள்ளத்தான் போகிறார்கள். இதைத் திரும்பத் திரும்பச் சொல்வதற்கு காரணம்; உங்கள் உடல் இருக்கும் நிலையில் உங்களைச் சித்ரவதை செய்யும் கொடுமையை என்னால் தாங்கிக் கொள்ள முடியவில்லை.

உங்கள் மூளையில் ரத்தக்கட்டு ஏற்பட்டதின் விளைவாக நீங்கள் சிந்திக்கும் சக்தியையே இழந்திருக்கிறீர் கள்! அய்யோ! இதனைச் சொல்லவே-நினைக்கவே வேதனையாக இருக்கிறது!

உங்கள் வலதுகையும் வலது காலும் அசைவற்று இருக்கின்றன!

சிறுநீரகம் பழுதுபட்டதால் அடிக்கடி ரத்தத்தில் உப்பு அதிகரிக்கிற பேரபாயம் ஏற்படுகிறது. அதனை உடனுக்குடன் ''டயாலிசிஸ்'' செய்துதான் சுத்திகரிக்க வேண்டியிருக்கிறது!

ஆபரேஷன் செய்து சிறுநீரகத்தை மாற்றி வைக்கிற முயற்சியானால் உயிருக்கு உடனடி ஆபத்து விளைந்தாலும் விளையுமென்று பிரபல டாக்டர்கள் கருதுகிறார்கள்.

சிந்திக்கும் சக்தியில்லை! பேசும் சக்தியில்லை! வலது கையை அசைக்கும் சக்தியில்லை! ''பிளட் யூரியா" எனும் பேராபத்து தொடர்கிறது!

இந்த நிலையில் நீங்கள் உடல் நலம் பெற்று வரும் வரையில் காத்திருந்து உரிய காலமான ஜூன் மாதத்தில் சட்டமன்றத் தேர்தலை நடத்தலாம் என்று நான் கருத்து தெரிவித்தேன்!

ஆனால், ஆதாயம் தேடிகளுக்கு என்ன அவசரம் பாருங்கள்!

உங்களுக்குள்ள அரசியல் சட்டத்தையே வளைத்தும் நெளித்தும் உரிமையை மறுத்து விட்டு அவர்களாகவே கூடி "அசெம்பிளி"யையே கலைத்து விட்டு, அவர்கள் அமைச்சர்களாகத் தொடருகிறார்கள்!

'ஆக்டிங் சீப்மினிஸ்டர்'' என்று அரசியல் சட்டத்திலேயே இல்லை!

அப்படியும் தங்களை அழைக்கச் செய்து ஆசையைத் தீர்த்துக் கொள்கிறார்கள்!

இதோடு உங்களைப் பயன்படுத்தி அதோடு விட்டா லும் பரவாயில்லை! உங்களை ஆண்டிப்பட்டி தொகுதியில் வேட்பாளராக நிறுத்தப் போகிறார்களாம்!

அப்படி நீங்கள் ஆண்டிப்பட்டி தொகுதியில் இந்த உடல் நிலையோடு நிற்பதற்கு நீங்களே உண்மையில் விரும்பினால் -அந்தத் தொகுதியில் கழகம் தங்களுக்கு எதிராக வேட்பாளரை நிறுத்தக் கூடத் தயாராக இல்லை! உங்களுக்கு அந்தத் தொகுதியைக் கழகம் விட்டுக் கொடுப்பதாக நான் பெருமை பேசவில்லை! எதிர்ப்பு என்கிற அந்தத் தொல்லையைக் கூடத் தங்களுக்கு இந்த நிலையில் நான் தருவதற்கு விரும்பமாட்டேன்!

ஆனால் என்னென்ன செய்திகள் வருகின்றன!

வேட்பு மனு தாக்கல் செய்ய உங்களால் கையெழுத்துப் போட முடியாதாம்! அதனால் இடது கை விரலை எழுதுவதற்குப்

பயிற்சி தருகிறார்களாம்! உங்களின் கை ரேகை வாங்கப் போகிறார்களாம்!

இந்த ஏழாண்டு கால ஆட்சியில் எத்தனை ஆயிரம் கோப்புகளில் உங்கள் கையெழுத்தை இட்டிருக்கிறீர்கள்- அப்படிப்பட்ட உங்களிடம் கைரேகை பதிய வைக்கிற காரியத்தை நடத்தப் போகிறார்கள்! என்றால் இவர்களுக்கு இதயமென ஒன்று இருக்கிறதா?

வேட்பு மனு தாக்கல் செய்யும்போது உறுதி மொழியை அதிகாரி முன்னிலையில் படிக்க வேண்டுமே!

அதற்காக இப்போதே பொய் சொல்லத் தொடங்கி விட்டார்கள்: நீங்கள் பேச முயற்சிப்பதாக!

நீங்கள் எழுந்து நடமாடினால்-பேசினால் சிந்திக்கும் சக்தி பெற்று செயலாற்றினால்; நம் இருவரது தாய்களின் மீதும் - நமது அண்ணாவின் மீதும் ஆணையாகச் சொல்கிறேன்; அது கேட்டு என்னைப் போல் மகிழ்ச்சி அடைபவர் யாரும் இருக்க முடியாது!

—

இல்லையா நண்பரே! இதனை நல்லவர்கள் - நம்மை உணர்ந்தவர்கள்-யாராவது மறுக்க முடியுமா?

பன்னிரண்டு ஆண்டுகால பகைமூட்டத்திற்கு இடை யிலேதானே இரண்டு வருடங்களுக்கு முன்பு சென்னையில் நடைபெற்ற திருமண விழா ஒன்றில் நாம் இருவரும் சந்தித்தபோது கட்டித் தழுவிக் கொண்டோம்! அந்த அன்பையும் பாசத்தையும் அணை போட்டுத் தடுக்க அரசியல் காழ்ப்புணர்ச்சிகளால் முடியுமா? முடியவே முடியாது!

எனவே எனக்கிருக்கிற ஆதங்கமெல்லாம்-உடல் நலிந்தும், மெலிந்தும், வதங்கி வாடியிருக்கிற உங்களை உயிர் பிழைத்து வரச் செய்கிற முயற்சிகளில் காட்டுகிற அக்கறையை விட- அவசர அவசரமாகத் தேர்தலை நடத்தி ஆதாயம் பெறுவதில் அதிக அக்கறை காட்டுகிறார்களே-என்பதுதான்!

இன்று மறைக்கப்படுகிற உண்மைகள், நாளைக்கு விசுவரூபம் எடுத்து வெளிப்படும்போது அதன் விளைவுகளை தாங்கிக் கொள்ள யார் பொறுப்பேற்றுக் கொள்ளப் போகிறார்கள் என்பதுதான் நான் தொடர்ந்து எழுப்பி வருகிற கேள்வி!

உங்கள் மீது உயிரையே வைத்திருக்கும் உங்கள் அன்புத் தொண்டர்களை, இங்குள்ள உங்கள் கட்சியின் மேலிடத்தினர் எப்படி ஏமாற்றுகிறார்கள் என்பதை அம்பலப்படுத்த வேண்டிய அவசியத்திற்கு நான் ஆளாகி யிருப்பது எனது கடமை!

இந்தக் கடமை உணர்வை இன்றில்லாவிட்டாலும் என்றோ ஒருநாள் அனைவரும் புரிந்து கொள்ளத்தான் போகிறார்கள்.

இந்தக் கடிதம் உங்களுக்குக் கிடைக்காது! கிடைத்தாலும் உங்களால் படிக்க இப்போது இயலாது!

எனினும் என் உள்ளத்தில் உள்ளதை ஒளிக்காமல் உரைத்து விட்டேன்!

என்றும் உங்கள் நண்பன்,

மு. க.

★★★

9 788199 624313

Printed at Repro India Ltd.